Impressum
Verlag: BABADADA GmbH, Nedderfeld 112 , 22529 Hamburg
Geschäftsführer / Verlagsleitung: Harald Hof
Druck: Books on Demand GmbH, In de Tarpen 42, 22848 Norderstedt

Imprint
Publisher: BABADADA GmbH, Nedderfeld 112 , 22529 Hamburg, Germany
Managing Director / Publishing direction: Harald Hof
Print: Books on Demand GmbH, In de Tarpen 42, 22848 Norderstedt, Germany

skole

trường học

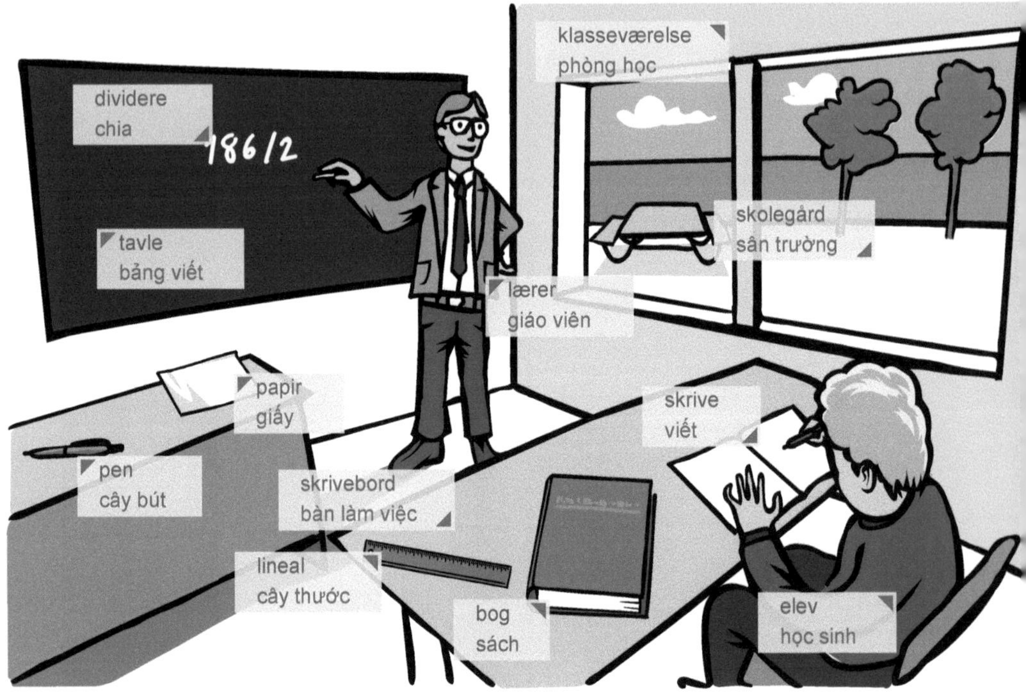

klasseværelse
phòng học
dividere
chia
186/2
tavle
bảng viết
skolegård
sân trường
lærer
giáo viên
papir
giấy
skrive
viết
pen
cây bút
skrivebord
bàn làm việc
lineal
cây thước
bog
sách
elev
học sinh

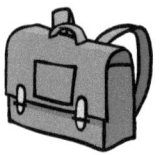

skoletaske

cặp đeo vai học sinh

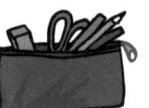

penalhus

hộp đựng bút

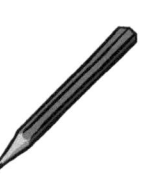

blyant

bút chì

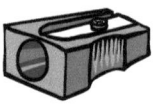

blyantspidser

cái gọt bút chì

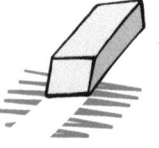

viskelæder

cục tẩy

tegneblok

tập giấy vẽ

tegning
bản vẽ

pensel
cọ vẽ

æske med vandfarver
hộp mực vẽ

saks
cây kéo

lim
keo dán

opgavehefte
sách bài tập

lektie
bài tập ở nhà

tal
sổ

addere
cộng

subtrahere
trừ

multiplicere
nhân

regne
tính toán

bogstav
chữ cái

alfabet
bảng chữ cái

ord
từ

tekst

văn bản

læse

đọc

kridt

phấn viết

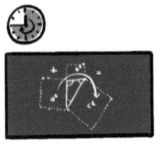

time

bài học

klasseprotokol

sổ lớp

eksamen

thi kiểm tra

karakterbog

chứng chỉ

skoleuniform

đồng phục học sinh

uddannelse

giáo dục

leksikon

từ điển bách khoa

universitet

đại học

mikroskop

kính hiển vi

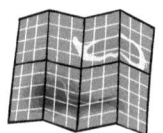

kort

bản đồ

papirkurv

thùng rác giấy

skole - trường học

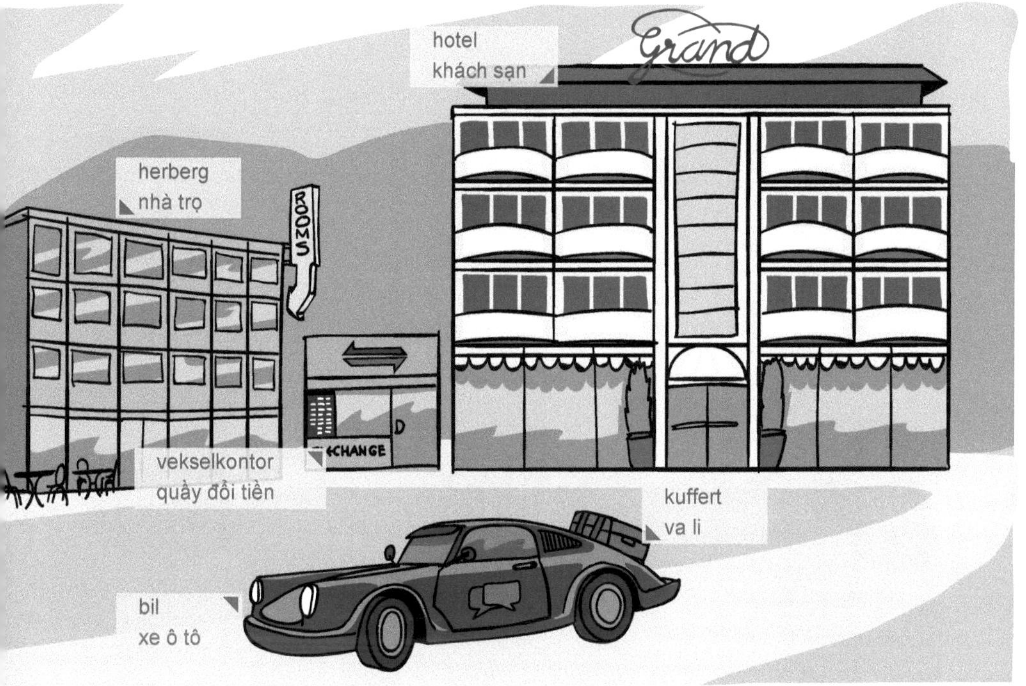

hotel
khách sạn
Grand
herberg
nhà trọ
ROOMS
EXCHANGE
vekselkontor
quầy đổi tiền
kuffert
va li
bil
xe ô tô

sprog

ngôn ngữ

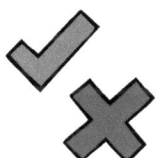

ja / nej

có / không

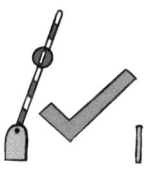

okay

ô kê

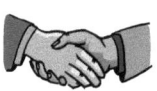

hej

Xin chào

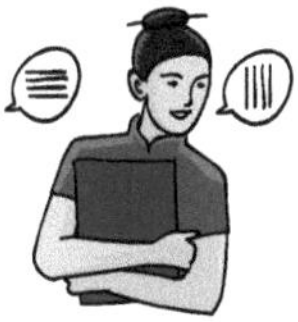

oversætter

thông dịch viên

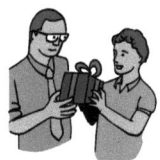

tak

cám ơn

hvad koster...?

... bao nhiêu tiều?

Jeg forstår ikke

tôi không hiểu

problem

vấn đề

God aften!

Xin chào! (buổi tối)

God morgen!

xin chào! (buổi sáng)

God nat!

chúc ngủ ngon!

farvel

tạm biệt

retning

hướng đi

bagage

hành lý

taske

túi xách

rygsæk

túi ba lô

gæst

khách

værelse

phòng

sovepose

túi ngủ

telt

lều

turistinformation

thông tin du lịch

strand

bãi biển

kreditkort

thẻ tín dụng

morgenmad

ăn sáng

middagsmad

ăn trưa

aftensmad

ăn tối

billet

vé xe

elevator

thang máy

frimærke

tem bưu điện

grænse

biên giới

told

hải quan

ambassade

đại sứ quán

visum

thị thực

pas

hộ chiếu

transport
vận chuyển

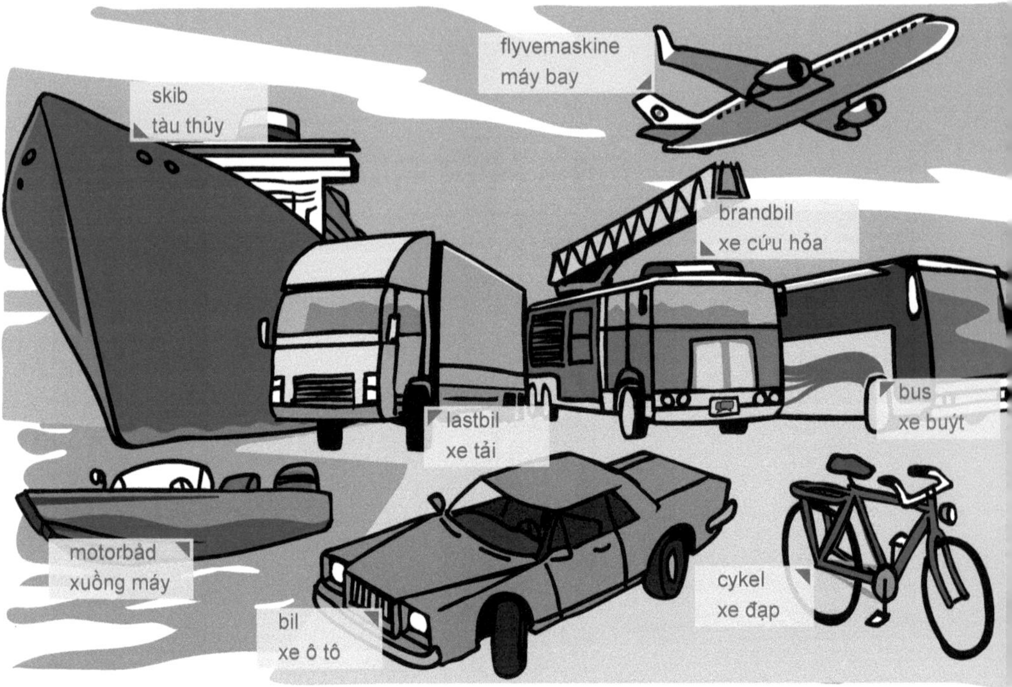
flyvemaskine
máy bay
skib
tàu thủy
brandbil
xe cứu hỏa
bus
xe buýt
lastbil
xe tải
motorbåd
xuồng máy
cykel
xe đạp
bil
xe ô tô

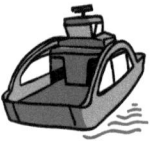

færge

phà

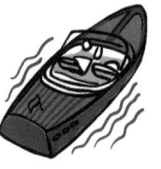

båd

xuồng

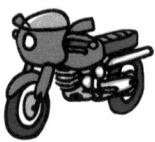

motorcykel

xe máy

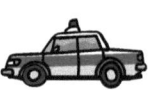

politibil

xe cảnh sát

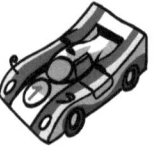

racerbil

xe đua

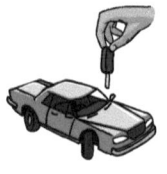

lejebil

xe cho thuê

samkørsel

dịch vụ thuê xe tự lái

kranbil

xe kéo cứu hộ

skraldebil

xe rác

motor

động cơ

benzin

xăng

tankstation

trạm xăng

trafikskilt

biển báo giao thông

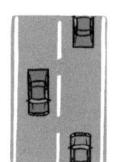

trafik

giao thông

trafikprop

ách tắc giao thông

parkeringsplads

bãi đậu xe

banegård

nhà ga

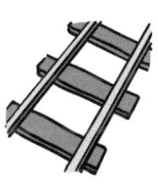

skinner

đường ray

tog

xe lửa

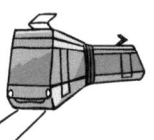

sporvogn

tàu điện

wagon

toa xe

helikopter

máy bay trực thăng

lufthavn

sân bay

tårn

tháp

passager

hành khách

container

côngtenơ

karton

thùng các-tông

kærre

xe đẩy

kurv

cái giỏ

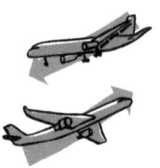

starte / lande

cất cánh / hạ cánh

by

thành phố

landsby

làng

bymidte

trung tâm thành phố

hus

nhà

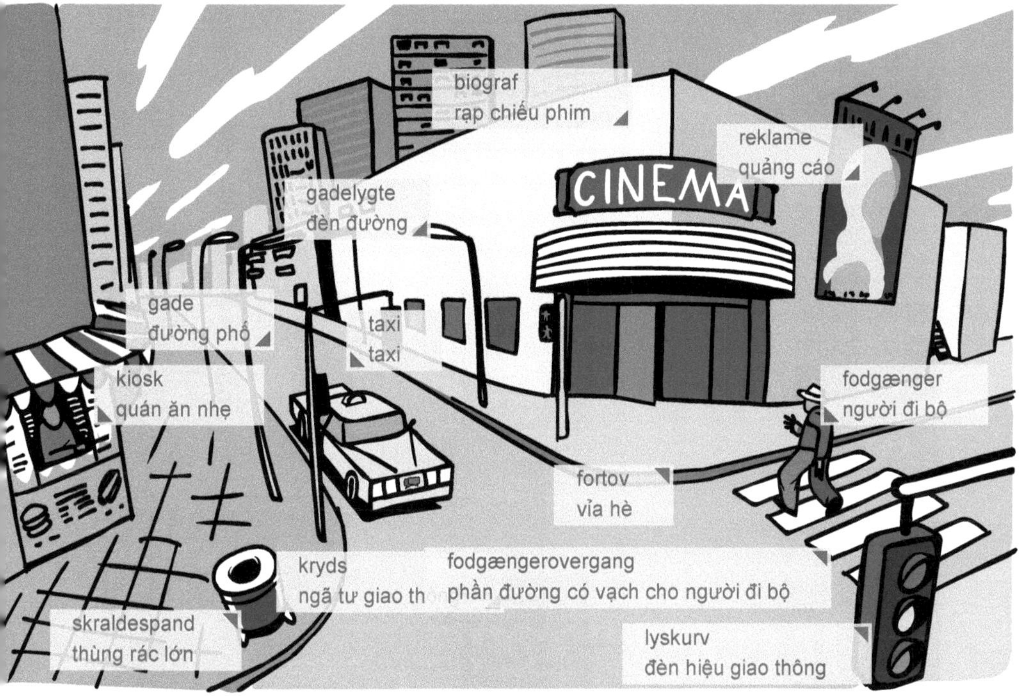
biograf
rạp chiếu phim
reklame
quảng cáo
CINEMA
gadelygte
đèn đường
gade
đường phố
taxi
taxi
kiosk
quán ăn nhẹ
fodgænger
người đi bộ
fortov
vỉa hè
kryds
ngã tư giao th
fodgængerovergang
phần đường có vạch cho người đi bộ
skraldespand
thùng rác lớn
lyskurv
đèn hiệu giao thông

hytte
nhà chòi

lejlighed
căn hộ

banegård
nhà ga

rådhus
tòa thị chính

MUSEUM

museum
viện bảo tàng

skole
trường học

universitet

đại học

bank

ngân hàng

sygehus

bệnh viện

hotel

khách sạn

apotek

hiệu thuốc

kontor

văn phòng

boghandel

hiệu sách

butik

cửa hiệu

blomsterbutik

cửa hiệu bán hoa

supermarked

siêu thị

marked

chợ

stormagasin

cửa hàng bách hóa

fiskehandler

người bán cá

butikscenter

trung tâm mua bán

havn

bến cảng

park
....
công viên

bænk
....
ghế băng

bro
....
cầu

trappe
....
cầu thang

undergrundsbane
....
tàu điện ngầm

tunnel
....
đường hầm

busstoppested
....
trạm xe buýt

barnevogn
....
quán bar

restaurant
....
khách sạn

postkasse
....
hòm thư công cộng

vejskilt
....
bảng hiệu đường

parkometer
....
đồng hồ đậu xe

zoo
....
vườn bách thú

badeanstalt
....
bể bơi

moske
....
nhà thờ Hồi giáo

bondegård
....
nông trại

miljøforurening
....
ô nhiễm môi trường

kirkegård
....
nghĩa trang

kirke
....
nhà thờ

legeplads
....
sân chơi

tempel
....
ngôi đền

landskab
phong cảnh

blad
lá cây

vejviser
bảng chỉ đường

vej
lối đi

eng
bãi cỏ

sten
hòn đá

træ
cây

vandrer
người đi bộ đường dài

flod
sông

græs
cỏ

blomst
bông hoa

dal

thung lũng

bjerg

đồi

sø

hồ nước

skov

rừng

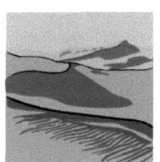

ørken

sa mạc

vulkan

núi lửa

slot

lâu đài

regnbue

cầu vồng

svamp

nấm

palme

cây cọ

moskito

con muỗi

flue

con ruồi

myre

con kiến

bi

con ong

edderkop

con nhện

bille

bọ cánh cứng

frø

con ếch

egern

con sóc

pindsvin

con nhím

hare

con thỏ

ugle

con cú

fugl

con chim

svane

thiên nga

vildsvin

heo rừng

hjort

con hươu

elg

nai sừng tấm

dæmning

đê

vindmølle

tuabin gió

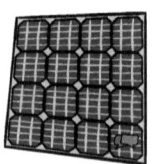

solcellemodul

tấm năng lượng mặt trời

klima

khí hậu

landskab - phong cảnh

restaurant
khách sạn

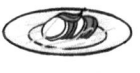

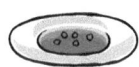

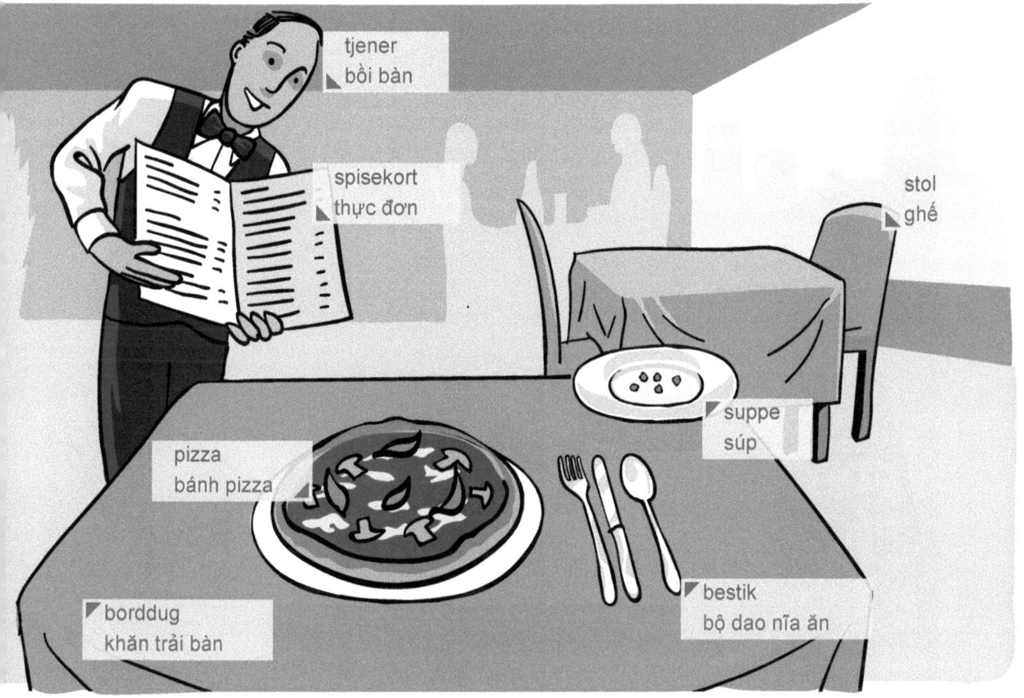

tjener
bồi bàn
spisekort
thực đơn
stol
ghế
suppe
súp
pizza
bánh pizza
borddug
khăn trải bàn
bestik
bộ dao nĩa ăn

forret

món ăn khai vị

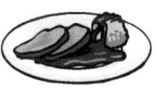

hovedret

món ăn chính

dessert

món tráng miệng

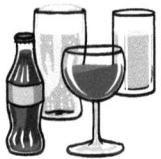

drikkevarer

thức uống

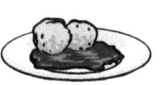

mad

thức ăn

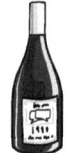

flaske

cái chai

fastfood

thức ăn nhanh

streetfood

thức ăn đường phố

tekande

ấm trà

sukkerdåse

hộp đường

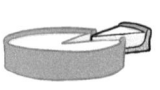

portion

khẩu phần

espressomaskine

máy pha espresso

barnestol

ghế cao

faktura

hóa đơn

tablet

khay

kniv

dao

gaffel

nĩa

ske

thìa

teske

thìa uống trà

serviet

khăn ăn

glas

cốc thủy tinh

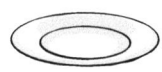

tallerken
đĩa

dyb tallerken
đĩa súp

underkop
đĩa lót cốc

sovs
nước sốt

saltbøsse
lọ muối

peberkværn
cái xay tiêu

eddike
giấm

olie
dầu

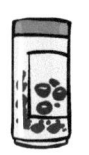

krydderier
gia vị

ketchup
nước xốt cà chua

sennep
tương hạt cải

mayonnaise
nước sốt mayonnaise

supermarked

siêu thị

tilbud
chào giá đặc biệt
kunde
khách hàng
mælkeprodukter
sản phẩm từ sữa
indkøbsvogn
xe đẩy mua sắm
frugt
trái cây
FOR

BUTCHERS

slagter

lò mổ

BAKERY

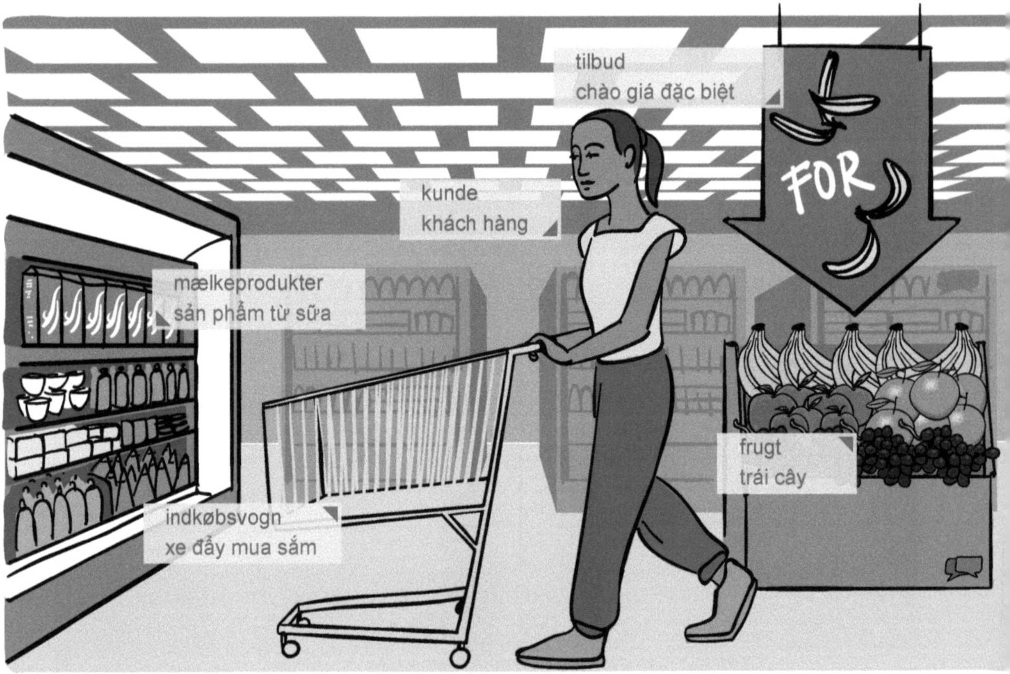

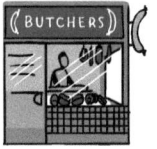

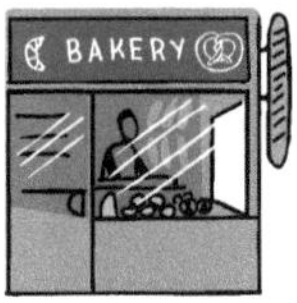

bageri

cửa hiệu bán bánh mì

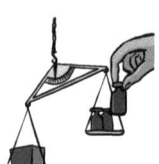

veje

cân nặng

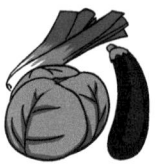

grøntsager

rau quả

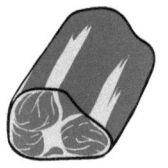

kød

thịt

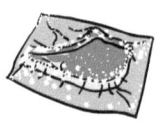

frostvarer

thức ăn đông lạnh

pålæg

lát thịt nguội

konserves

đồ hộp

vaskemiddel

bột giặt

slik

đồ ngọt

husholdningsvarer

sản phẩm dùng trong gia đình

rengøringsmidler

chất tẩy rửa

ekspedient

người bán hàng

kasse

quầy trả tiền

kasserer

nhân viên thu ngân

indkøbsliste

danh sách mua sắm

åbningstider

giờ mở cửa

tegnebog

ví tiền

kreditkort

thẻ tín dụng

taske

túi đeo

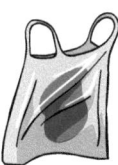

plasticpose

túi ny lông

vand

nước

saft

nước quả ép

mælk

sữa

cola

coca-cola

vin

rượu vang

øl

bia

alkohol

cồn

kakao

cacao

te

trà

kaffe

cà phê

espresso

espresso

cappuccino

cappuccino

banan

chuối

æble

quả táo

appelsin

quả cam

melon

dưa hấu

citron

chanh

gulerod

cà rốt

hvidløg

tỏi

bambus

tre

løg

củ hành

svamp

nấm

nødder

hạt dẻ

nudler

mì

spaghetti

mì spaghetti

ris

cơm

salat

xà lách

pomfritter

khoai tây chiên

stegte kartofler

khoai tây chiên

pizza

bánh pizza

hamburger

bánh hamburger

sandwich

bánh mì sandwich

schnitzel

thịt côtlet

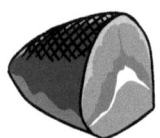

skinke

thịt giăm bông

salami

xúc xích

pølse

dồi

kylling

gà

steg

rán

fisk

cá

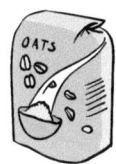

havregryn

cháo yến mạch

mysli

cháo muesli

cornflakes

bánh bột ngô nướng

mel

bột mì

croissant

bánh sừng bò

rundstykke

bánh mì

brød

bánh mì

toast

bánh mì nướng

kiks

bánh bích quy

smør

bơ

kvark

sữa đông

kage

bánh ngọt

æg

trứng

spejlæg

trứng rán

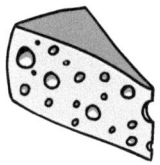

ost

pho mát

mad - thức ăn

is

kem

sukker

đường

honning

mật ong

marmelade

mứt

nougat-creme

kem nougat

karry

cà ri

bondegård
nông trại

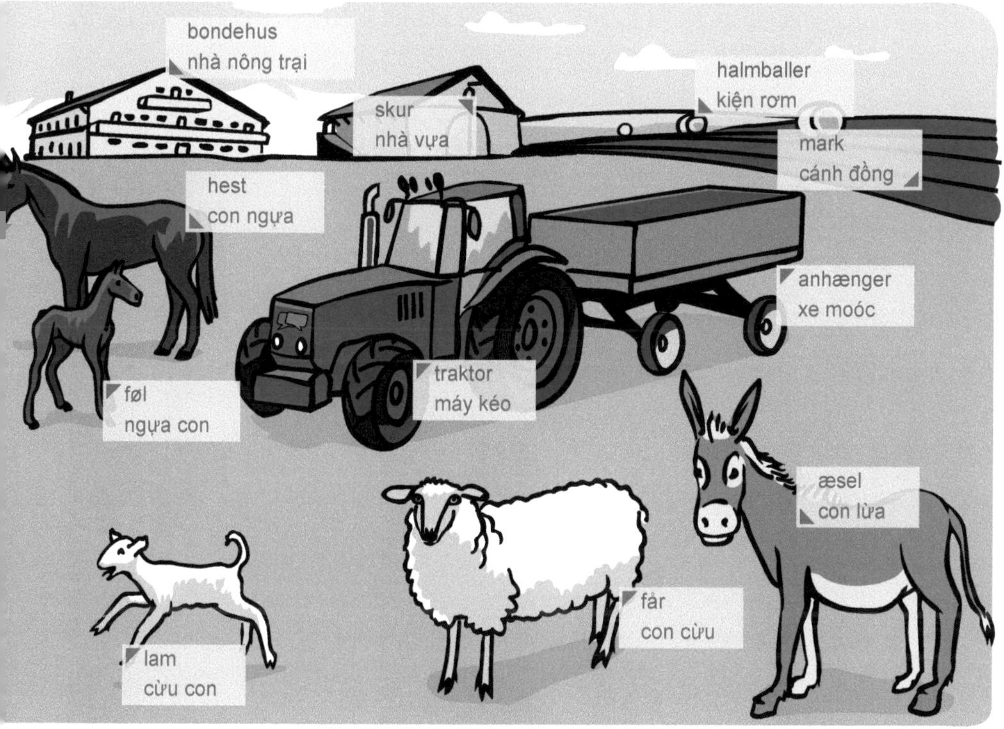
bondehus
nhà nông trại
skur
nhà vựa
halmballer
kiện rơm
mark
cánh đồng
hest
con ngựa
anhænger
xe moóc
føl
ngựa con
traktor
máy kéo
æsel
con lừa
får
con cừu
lam
cừu con

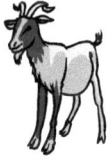

ged
....
con dê

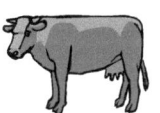

ko
....
con bò

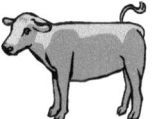

kalv
....
con bê

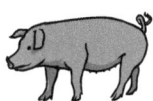

svin
....
con lợn

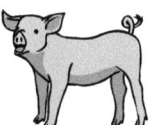

gris
....
lợn con

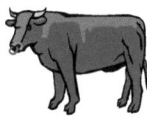

tyr
....
bò đực

gås

con ngỗng

and

con vịt

kylling

gà con

høne

gà mái

hane

gà trống

rotte

con chuột

kat

mèo

mus

chuột nhắt

okse

bò đực

hund

con chó

hundehus

nhà chuồng chó

haveslange

ống tưới vườn cây

vandkande

thùng tưới cây

le

lưỡi hái

plov

cái cày

segl

cái liềm

hakkejern

cái cuốc

møggreb

cái chĩa

økse

cái rìu

trillebør

xe cút kít

trug

máng ăn

mælkekande

lọ sữa

sæk

bao tải

hæk

hàng rào

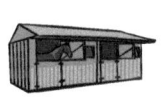

stald

chuồng

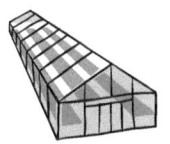

drivhus

nhà kính trồng cây

jord

đất trồng

frø

hạt giống

gødning

phân bón

mejetærsker

máy gặt đập liên hợp

høste
thu hoạch

høst
mùa thu hoạch

yams
khoai lang

hvede
lúa mì

soja
đậu nành

kartoffel
khoai tây

majs
ngô

raps
hạt cải dầu

frugttræ
cây ăn trái

maniok
sắn

korn
ngũ cốc

bondegård - nông trại

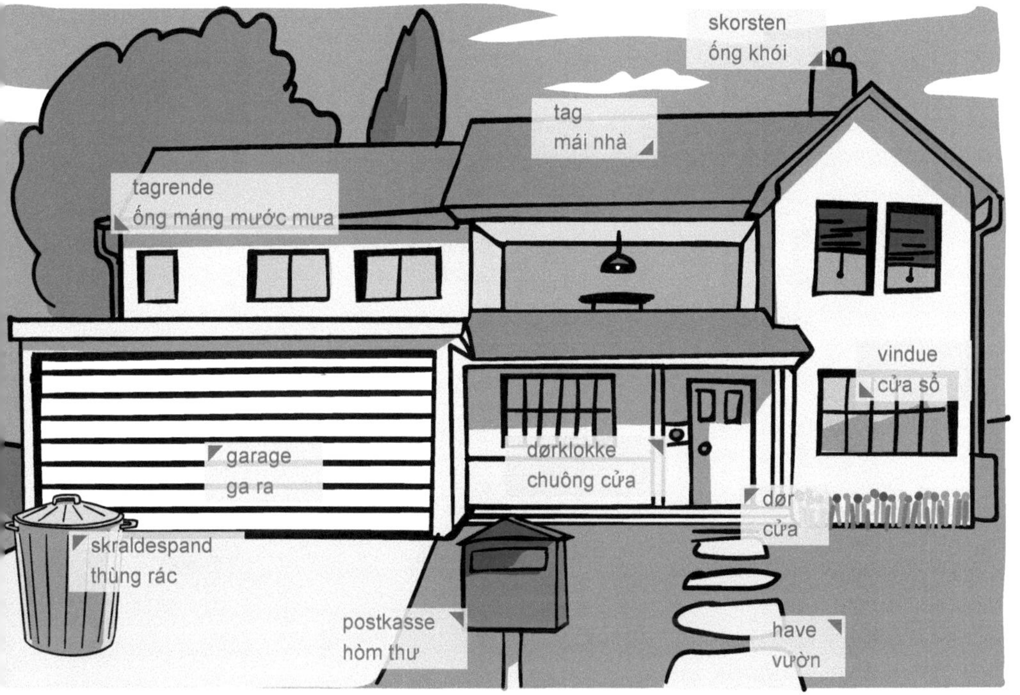

skorsten
ống khói

tag
mái nhà

tagrende
ống máng nước mưa

vindue
cửa sổ

garage
ga ra

dørklokke
chuông cửa

dør
cửa

skraldespand
thùng rác

postkasse
hòm thư

have
vườn

stue

phòng khách

badeværelse

phòng tắm

køkken

bếp

soveværelse

phòng ngủ

børneværelse

phòng trẻ em

spisestue

phòng ăn

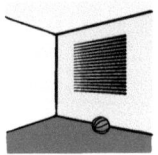

gulv

nền nhà

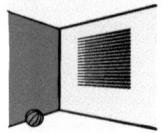

væg

tường

loft

trần nhà

kælder

tầng hầm

sauna

tắm hơi

altan

ban công

terrasse

sân hiên

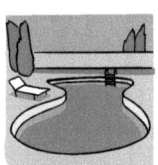

svømmehal

bể bơi

plæneklipper

máy cắt cỏ

dynebetræk

khăn trải giường

dyne

khăn trải giường

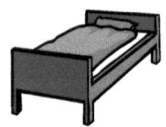

seng

giường

kost

chổi

spand

cái xô

kontakt

công tắc điện

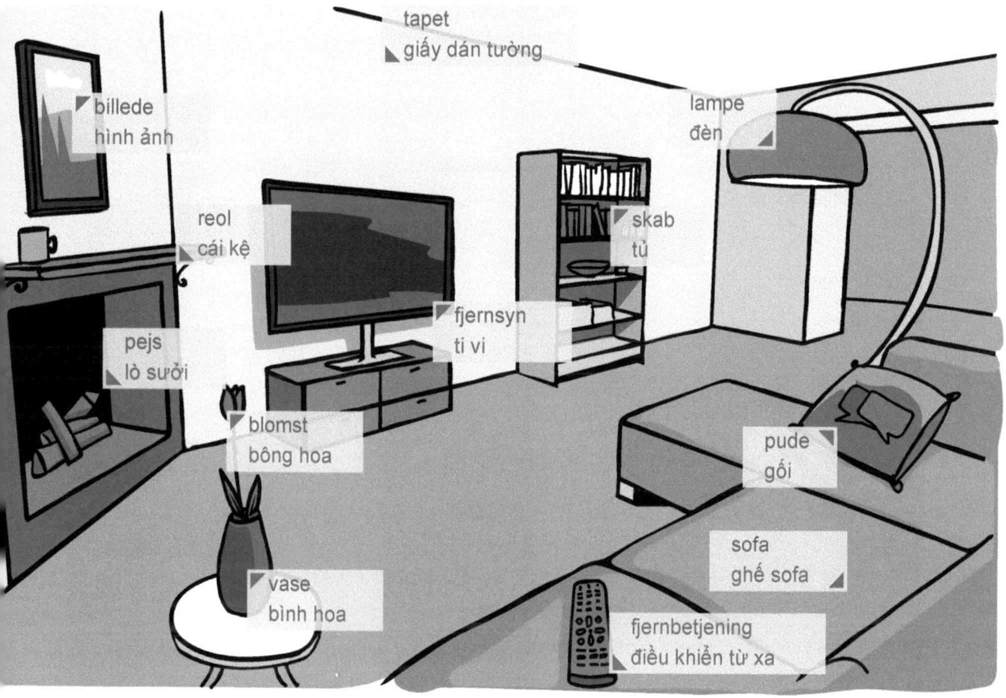

tapet
giấy dán tường

billede
hình ảnh

lampe
đèn

reol
cái kệ

skab
tủ

fjernsyn
ti vi

pejs
lò sưởi

blomst
bông hoa

pude
gối

vase
bình hoa

sofa
ghế sofa

fjernbetjening
điều khiển từ xa

gulvtæppe

thảm

gardin

rèm

bord

cái bàn

stol

ghế

gyngestol

ghế bập bênh

lænestol

ghế bành

bog
....
sách

tæppe
....
cái chăn

dekoration
....
đồ trang trí

brænde
....
củi

film
....
phim

stereoanlæg
....
máy hi-fi

nøgle
....
chìa khóa

avis
....
báo

maleri
....
bức tranh

plakat
....
áp phích

radio
....
radio

notesblok
....
sổ ghi chép

støvsuger
....
máy hút bụi

kaktus
....
cây xương rồng

lys
....
cây nến

køkken
bếp

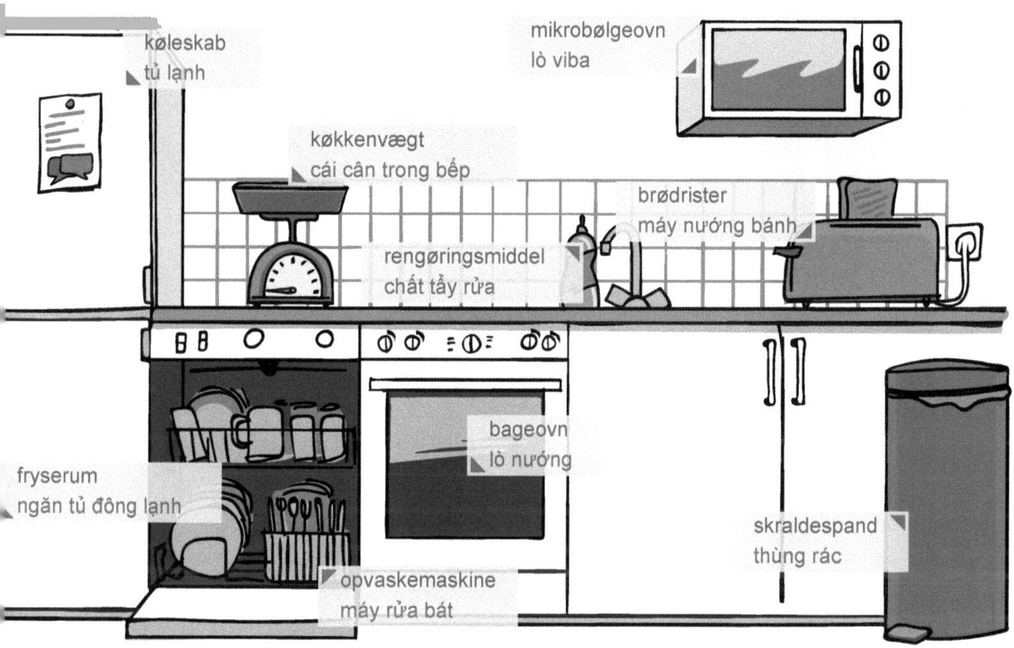
køleskab
tủ lạnh
mikrobølgeovn
lò viba
køkkenvægt
cái cân trong bếp
brødrister
máy nướng bánh
rengøringsmiddel
chất tẩy rửa
bageovn
lò nướng
fryserum
ngăn tủ đông lạnh
skraldespand
thùng rác
opvaskemaskine
máy rửa bát

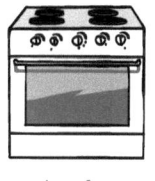

komfur

lò nấu

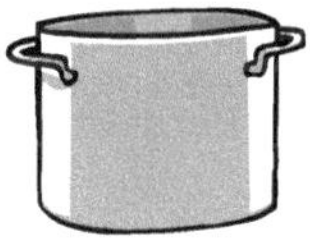
gryde

nồi

jerngryde

nồi sắt

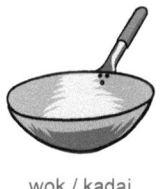

wok / kadai

chảo

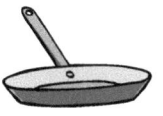

pande

chảo

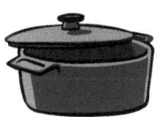

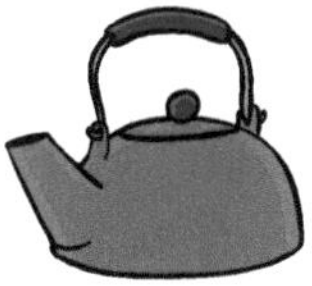
elkedel

ấm đun nước

dampkoger

nồi đun hơi

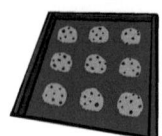

bageplade

khay lò nướng

service

bát đĩa

bæger

cốc

skål

cái bát

spisepinde

đũa

øseske

cái vá

paletkniv

bàn xẻng

piskeris

que đánh kem

dørslag

rây dùng trong bếp

si

cái rây lọc

rive

cái nạo

morter

vữa

grille

vỉ nướng

ildsted

ngọn lửa trần

skærebræt

cái thớt

kagerulle

trục cán bột

proptrækker

cái mở nút chai

dåse

vỏ đồ hộp

dåseåbner

cái mở vỏ đồ hộp

grydelap

miếng nhấc nồi

køkkenvask

bồn rửa bát

børste

bàn chải

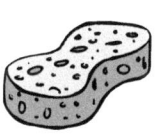

svamp

miếng xốp

blender

máy xay

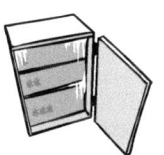

dybfryser

tủ đông lạnh

sutteflaske

bình sữa cho trẻ sơ sinh

vandhane

vòi nước

badeværelse
phòng tắm

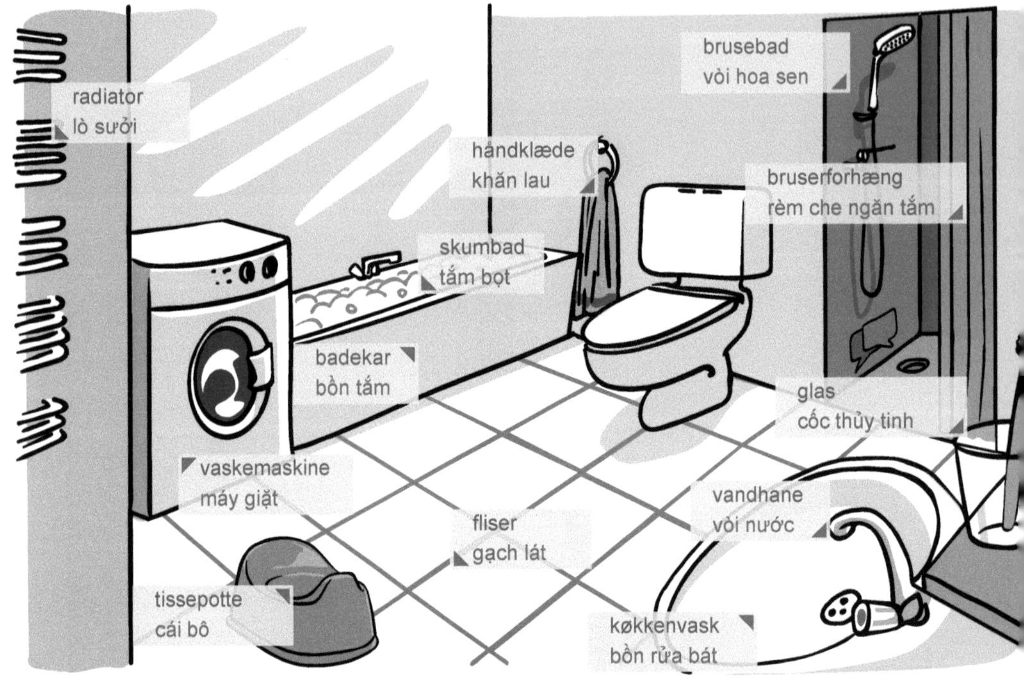

radiator
lò sưởi
brusebad
vòi hoa sen
håndklæde
khăn lau
bruserforhæng
rèm che ngăn tắm
skumbad
tắm bọt
badekar
bồn tắm
glas
cốc thủy tinh
vaskemaskine
máy giặt
vandhane
vòi nước
fliser
gạch lát
tissepotte
cái bô
køkkenvask
bồn rửa bát

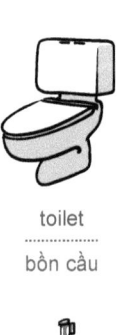

toilet
bồn cầu

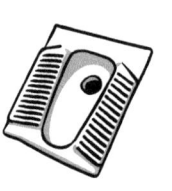

hugsiddende toilet
bồn cầu ngồi xổm

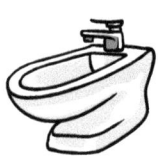

bidet
bồn rửa hậu môn

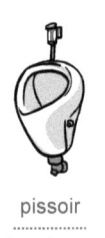

pissoir
bồn tiểu tiện

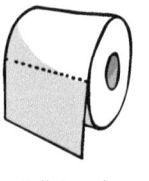

toiletpapir
giấy vệ sinh

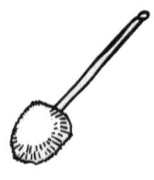

toiletbørste
bàn chải cọ bồn cầu

tandbørste

bàn chải đánh răng

tandpasta

kem đánh răng

tandtråd

chỉ nha khoa

vaske

rửa

håndbruser

vòi sen cầm tay

intimbruser

vòi rửa hậu môn

vaskefad

bồn rửa

badebørste

bàn chải cọ lưng

sæbe

xà phòng

brusegele

sữa tắm

shampoo

dầu gội

vaskeklud

khăn cọ để tắm

afløb

lỗ thoát nước

creme

kem

deodorant

chất khử mùi

spejl

gương

kosmetikspejl

gương tay

barberhøvl

dao cạo râu

barberskum

kem cạo râu

barbervand

nước thơm dùng sau khi
cạo râu

kam

cái lược

børste

bàn chải

hårtørrer

máy xấy tóc

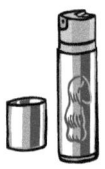

hårspray

keo xịt tóc

makeup

đồ trang điểm

læbestift

thỏi son môi

neglelak

sơn bôi móng

vat

bông

neglesaks

kéo cắt móng

parfume

nước hoa

toilettaske

túi đựng đồ tắm

skammel

ghế đẩu

vægt

cái cân

badekåbe

áo choàng tắm

gummihandsker

găng tay làm vệ sinh

tampon

nút gạc

damebind

băng vệ sinh

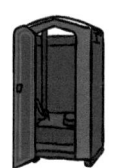

kemisk toilet

nhà vệ sinh hóa chất

børneværelse

phòng trẻ em

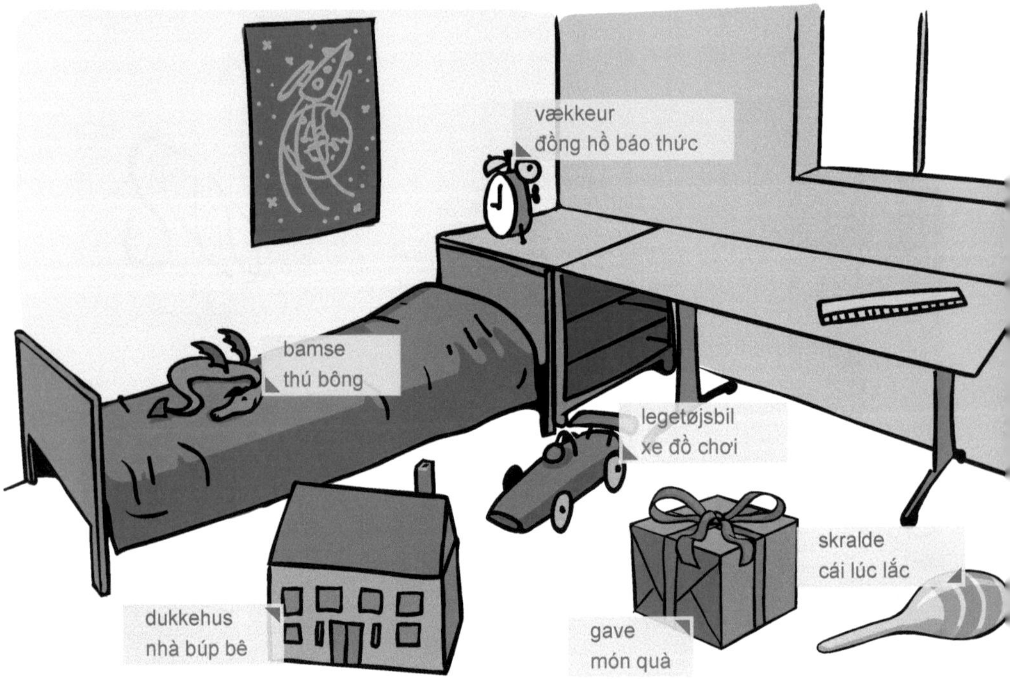
vækkeur
đồng hồ báo thức
bamse
thú bông
legetøjsbil
xe đồ chơi
skralde
cái lúc lắc
dukkehus
nhà búp bê
gave
món quà

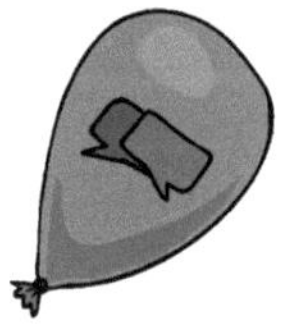

ballon

bong bóng

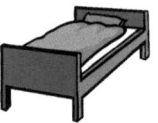

seng

giường

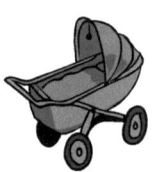

barnevogn

xe nôi

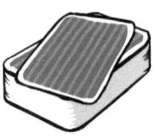

kortspil

trò chơi bài

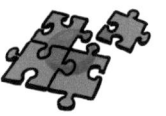

puslespil

trò chơi ghép hình

SUPER MEGA

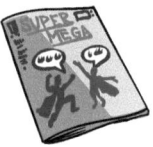

tegneserie

truyện tranh

legoklodser

gạch Lego

byggeklodser

khối xếp hình

action figur

nhân vật hành động

sparkedragt

liền quần cho trẻ sơ sinh

frisbee

đĩa nhựa để ném

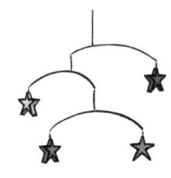

uro

đồ chơi treo trên giường

brætspil

trò chơi cờ bàn

terning

xúc xắc

modeljernbane

đồ chơi xe lửa mô hình

sut

ti giả

fest

buổi tiệc

billedbog

sách tranh

bold

quả bóng

dukke

búp bê

lege

chơi

sandkasse
hố cát

gynge
cái đu

legetøj
đồ chơi

spillekonsol
máy chơi game cầm tay

trehjulet cykel
xe ba bánh

bamse
gấu bông

klædeskab
tủ quần áo

tøj
y phục

sokker
bít tất

strømper
bít tất dài

strømpebukser
quần tất

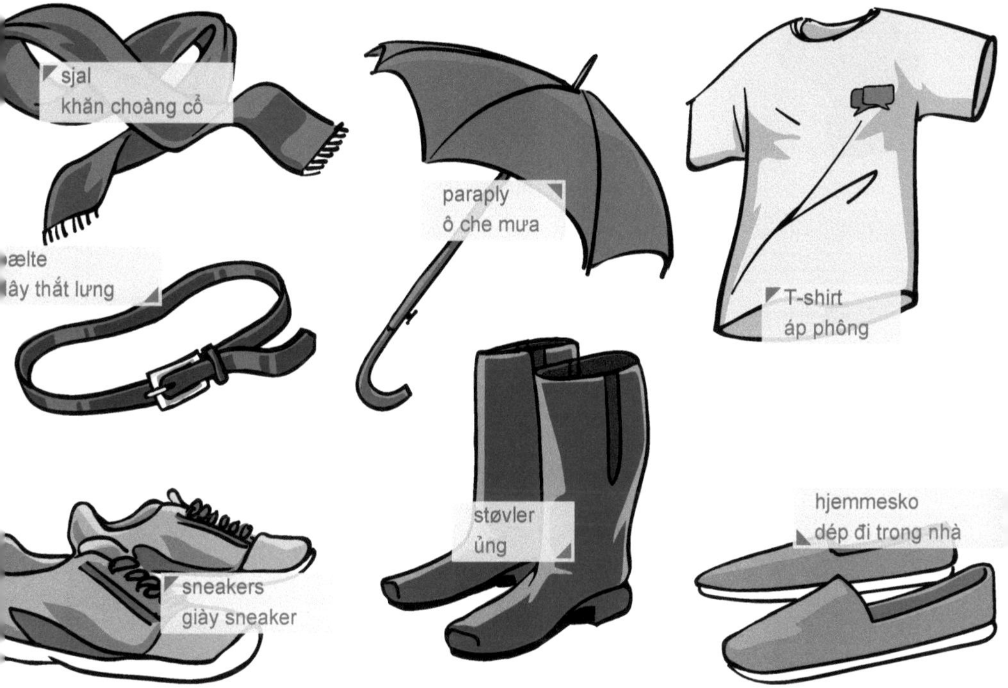

sjal
khăn choàng cổ

paraply
ô che mưa

T-shirt
áp phông

ælte
ây thắt lưng

sneakers
giày sneaker

støvler
ủng

hjemmesko
dép đi trong nhà

sandaler

dép xăng đan

sko

giày

gummistøvler

ủng cao su

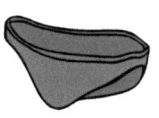

underbukser

quần lót

BH

áo ngực

undertrøje

áo vest

body
áo ôm sát cơ thể

bukser
quần dài

jeans
quần bò

nederdel
váy

bluse
áo cánh

skjorte
áo sơ mi

pullover
áo len chui đầu

sweatshirt
áo len

blazer
áo blazer

jakke
áo jacket

frakke
áo khoác

regnfrakke
áo mưa

kostume
trang phục

kjole
áo váy

brudekjole
áo cưới

jakkesæt
bộ com lê

nattrøje
áo ngủ

pyjamas
pijama

sari
trang phục sari

hovedtørklæde
khăn trùm đầu

turban
khăn đội đầu

burka
áo burka

kaftan
áo captan

abaya
áo aba

badedragt
quần áo bơi

badebukser
quần bơi

korte bukser
quần đùi

træningsdragt
quần áo tracksuit

forklæde
tạp dề

handsker
găng tay

knap

cái cúc

briller

kính mắt

armbånd

vòng đeo tay

kæde

vòng cổ

ring

nhẫn

ørering

hoa tai

hue

mũ lưỡi trai

bøjle

cái mắc treo áo quần

hat

mũ

slips

cà vạt

lynlås

dây kéo phéc mơ tuya

hjelm

mũ bảo hiểm

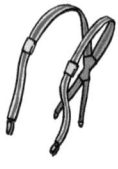

seler

dây đeo quần

skoleuniform

đồng phục học sinh

uniform

đồng phục

tøj - y phục

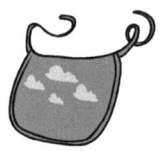

hagesmæk

yếm trẻ em

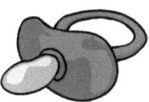

sut

ti giả

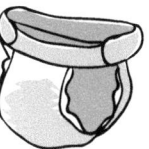

ble

tã lót

kontor
văn phòng

server
máy chủ
arkivskab
tủ hồ sơ
papir
giấy
printer
máy in
skærm
màn hình
mus
chuột máy tính
skrivebord
bàn làm việc
mappe
thư mục
tastatur
bàn phím
papirkurv
thùng rác giấy
computer
máy tính
stol
ghế

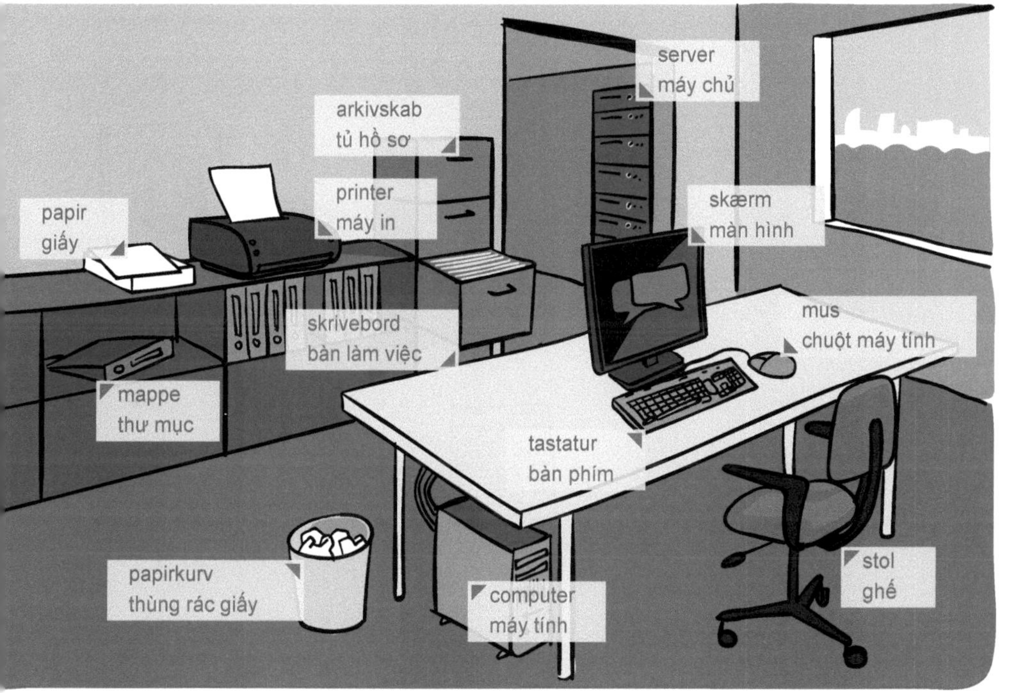

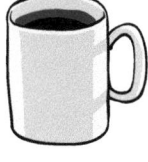

kaffekrus

cốc cà phê

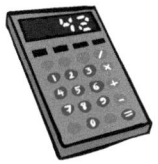

lommeregner

máy tính bỏ túi

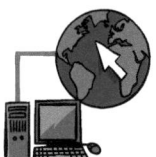

internet

internet

bærbar

laptop

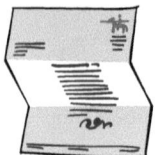

brev

thư

besked

tin nhắn

mobil

điện thoại di động

netværk

mạng

kopimaskine

máy photocopy

software

phần mềm

telefon

điện thoại

stikdåse

ổ cắm điện

fax

máy fax

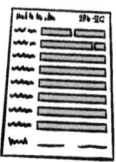

formular

mẫu đơn

dokument

chứng từ

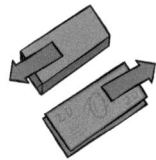

købe

mua

betale

trả tiền

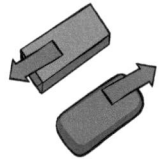

handle

buôn bán

penge

tiền

dollar

đô la

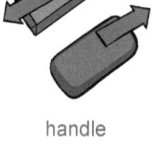

euro

Euro

yen

yên

rubel

rúp

schweizerfranc

franc Thụy Sĩ

renminbi yuan

nhân dân tệ

rupee

rupi

hæveautomat

máy rút tiền tự động

vekselkontor

quầy đổi tiền

guld

vàng

sølv

bạc

olie

dầu

energi

năng lượng

pris

giá tiền

kontrakt

hợp đồng

skat

thuế

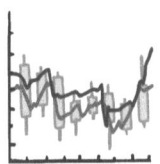

aktie

cổ phiếu

arbejde

làm việc

ansat

nhân viên

arbejdsgiver

chủ lao động

fabrik

nhà máy

butik

cửa hiệu

erhverv
nghề nghiệp

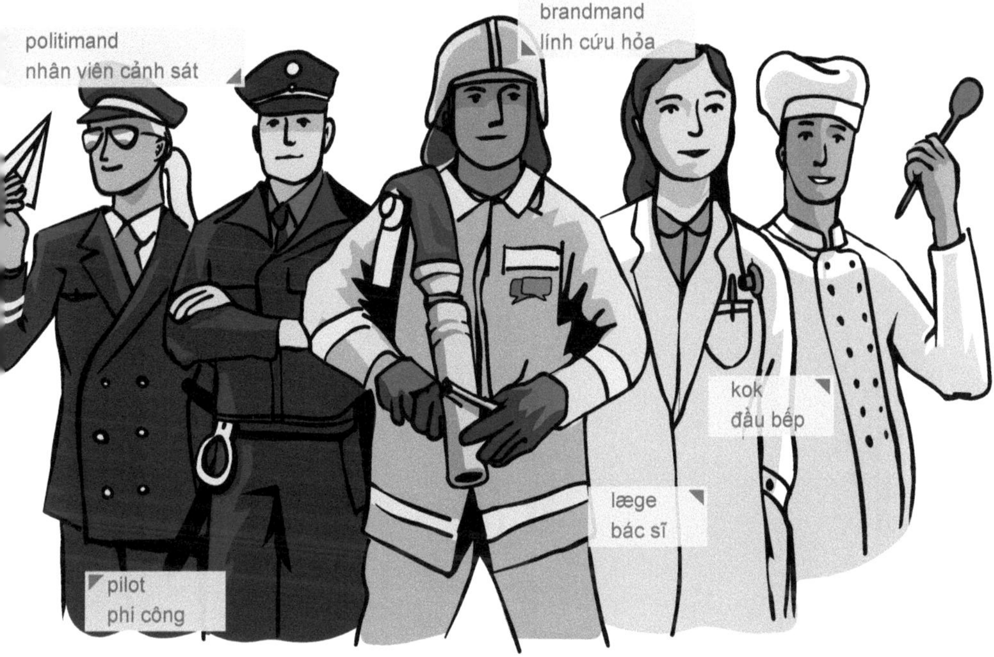
politimand
nhân viên cảnh sát
brandmand
lính cứu hỏa
kok
đầu bếp
læge
bác sĩ
pilot
phi công

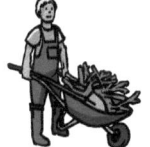

gartner

người làm vườn

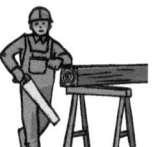

tømrer

thợ mộc

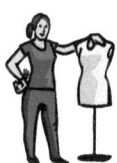

syerske

thợ may

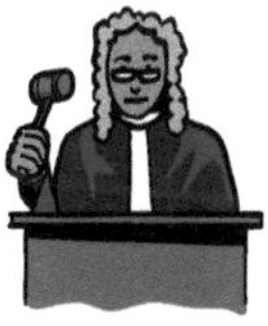

dommer

chánh án

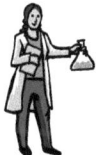

kemiker

nhà hóa học

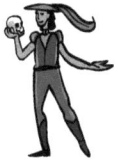

skuespiller

diễn viên

buschauffør

tài xế xe buýt

taxachauffør

người lái taxi

fisker

ngư dân

rengøringskone

người lau dọn vệ sinh

tagdækker

thợ lợp mái nhà

tjener

bồi bàn

jæger

thợ săn

maler

họa sĩ

bager

thợ làm bánh

elektriker

thợ điện

bygningsarbejder

thợ xây dựng

ingeniør

kỹ sư

slagter

người hàng thịt

vvs-mand

thợ sửa ống nước

postbud

người đưa thư

soldat

người lính

arkitekt

kiến trúc sư

kasserer

nhân viên thu ngân

blomsterhandler

người bán hoa

frisør

thợ cắt tóc

togfører

nhân viên soát vé

mekaniker

thợ cơ khí

kaptajn

thuyền trưởng

tandlæge

nha sĩ

videnskabsmand

nhà khoa học

rabbiner

giáo sĩ Do thái

imam

lãnh tụ Hồi giáo

munk

nhà sư

præst

mục sư

værktøj
dụng cụ

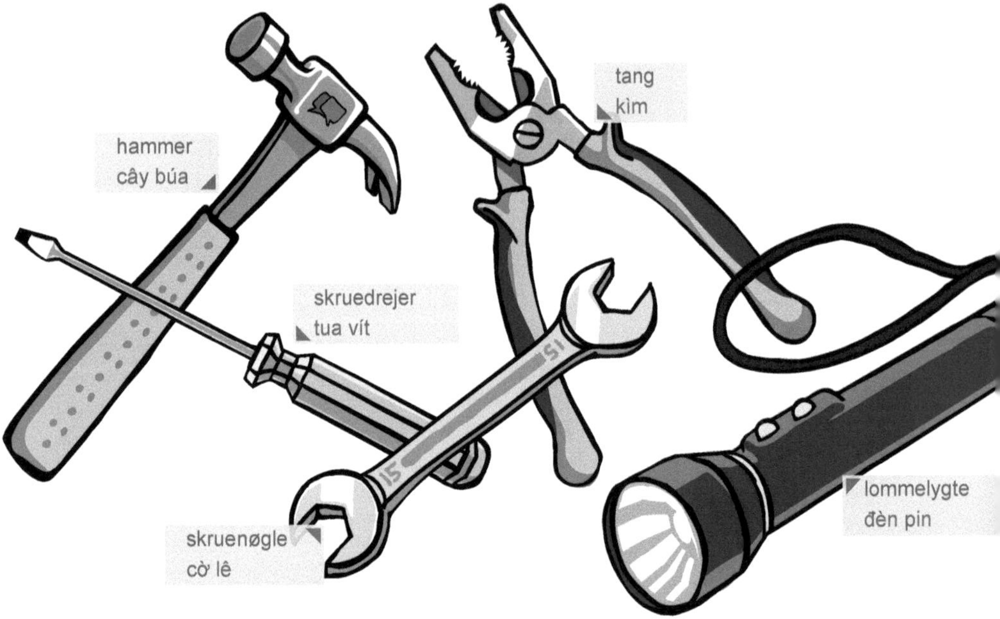
hammer
cây búa
tang
kìm
skruedrejer
tua vít
lommelygte
đèn pin
skruenøgle
cờ lê

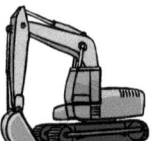

gravemaskine

máy xúc đất

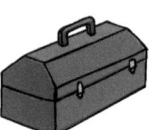

værktøjskasse

hộp dụng cụ

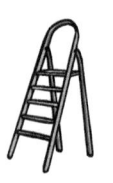

stige

cái thang

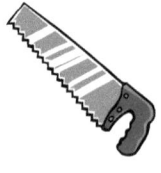

sav

cưa

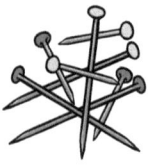

søm

đinh

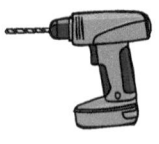

bor

máy khoan

reparere

sửa chữa

skovl

cái xẻng

Lort!

khốn nạn!

fejebakke

cái hót rác

malerspand

thùng sơn

skruer

vít

musikinstrumenter
nhạc cụ

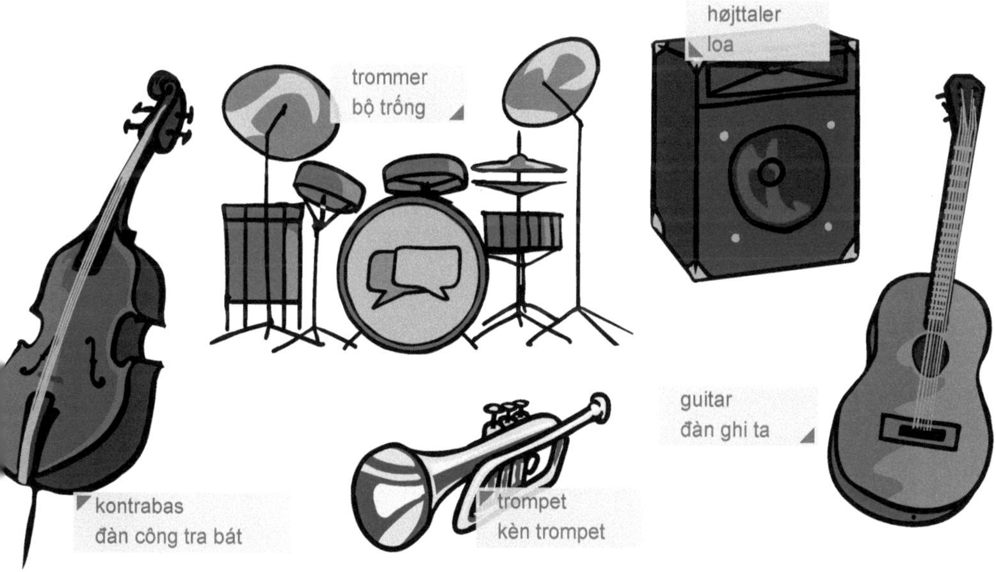

trommer
bộ trống

højttaler
loa

guitar
đàn ghi ta

kontrabas
đàn công tra bát

trompet
kèn trompet

klaver

đàn piano

violin

đàn vĩ cầm

bas

ghi ta bass

pauke

trống định âm

tromme

trống

keyboard

đàn organ

saxofon

kèn Saxophone

fløjte

sáo

mikrofon

micro

zoo

vườn bách thú

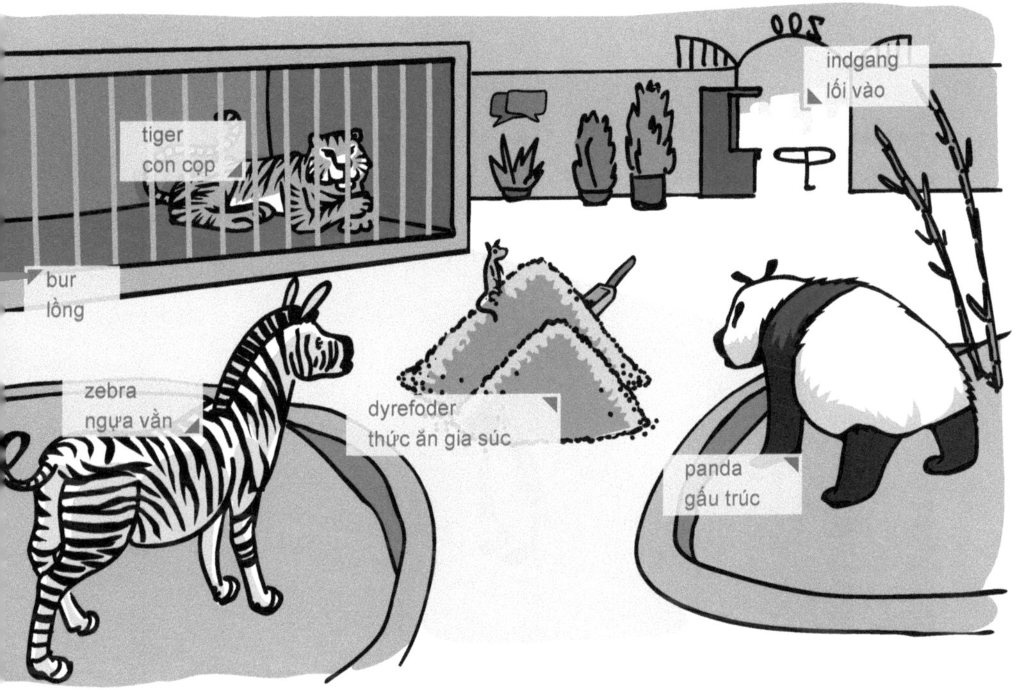
indgang
lối vào
tiger
con cọp
bur
lồng
zebra
ngựa vằn
dyrefoder
thức ăn gia súc
panda
gấu trúc

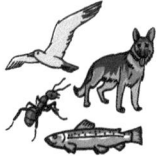

dyr

động vật

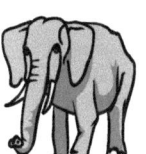

elefant

con voi

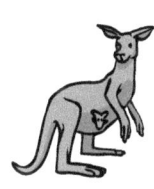

kænguru

chuột túi

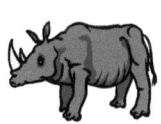

næsehorn

tê giác

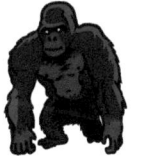

gorilla

khỉ đột

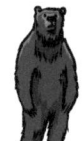

bjørn

con gấu

kamel

lạc đà

struds

đà điểu

løve

sư tử

abe

con khỉ

flamingo

hồng hạc

papegøje

con vẹt

isbjørn

gấu bắc cực

pingvin

chim cánh cụt

haj

cá mập

påfugl

con công

slange

con rắn

krokodille

cá sấu

dyrepasser

người trông giữ vườn bách
thú

sæl

hải cẩu

jaguar

báo đốm

pony

ngựa lùn

leopard

con báo

flodhest

hà mã

giraf

hươu cao cổ

ørn

đại bàng

vildsvin

heo rừng

fisk

cá

skildpadde

con rùa

hvalros

hải mã

ræv

con cáo

gazelle

linh dương

amerikansk football
bóng bầu dục Mỹ

cykling
đua xe đạp

tennis
quần vợt

basketball
bóng rổ

svømning
bơi

ishockey
khúc côn cầu trên băng

boksning
đấm bốc

fodbold
bóng đá

badminton
cầu lông

atletik
điền kinh

håndbold
bóng ném

skiløb
trượt tuyết

polo
polo

aktiviteter
các hoạt động

grine
cười
springe
nhảy
give et knus
ôm
gå
đi bộ
synge
ca hát
drømme
mơ
bede
cầu nguyện
kysse
hôn

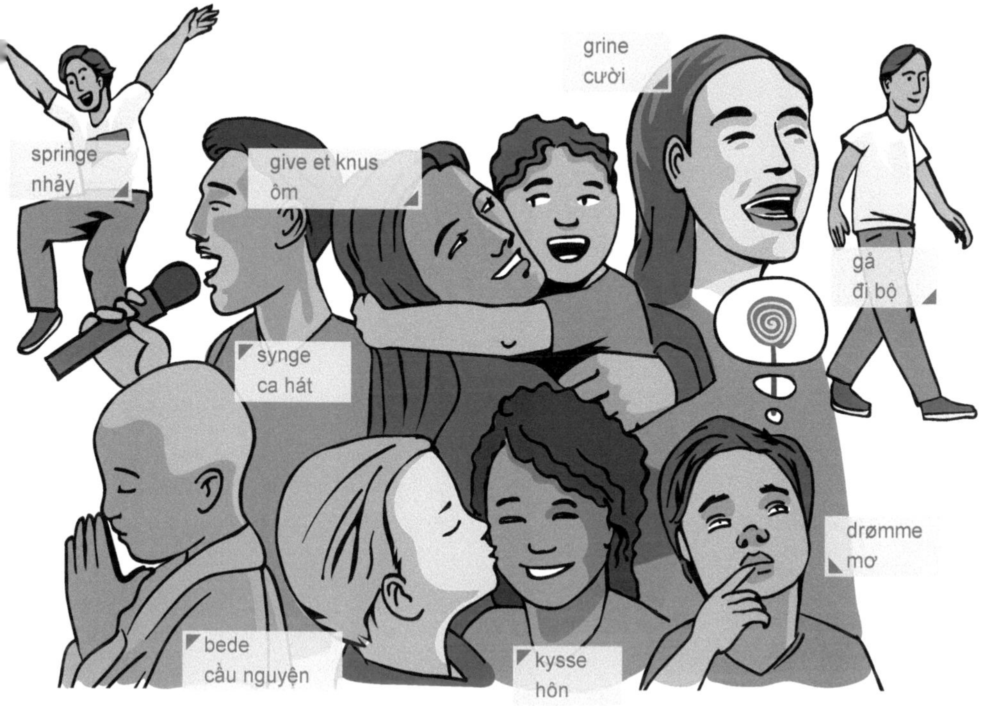

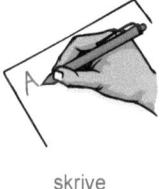

skrive
viết

tegne
vẽ

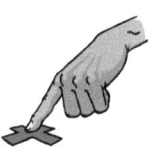

vise
chỉ trỏ

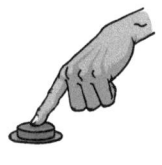

skubbe
đẩy

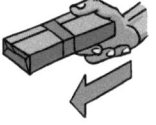

give
cho

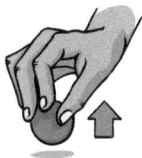

tage
lấy đi

have
có

gøre
làm

være
thì / là

stå
đứng

løbe
chạy

trække
kéo

kaste
ném

falde
rơi

ligge
nằm

vente
chờ đợi

bære
mang vác

sidde
ngồi

tage på
mặc quần áo

sove
ngủ

vågne
thức dậy

se på
xem

græde
khóc

ae
vuốt ve

kæmme
chải

tale
nói chuyện

forstå
hiểu

spørge
câu hỏi

høre
nghe

drikke
uống

spise
ăn

rydde op
dọn dẹp

elske
yêu

koge
nấu nướng

køre
lái xe

flyve
bay

aktiviteter - các hoạt động

sejle

đi thuyền buồm

regne

tính toán

læse

đọc

lære

học

arbejde

làm việc

gifte sig med

cưới

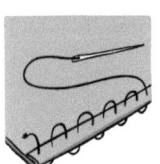

sy

khâu vá

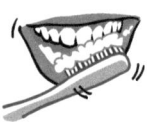

børste tænder

đánh răng

dræbe

giết

ryge

hút thuốc

sende

gửi đi

dstemor
nội (ngoại)

bedstefar
ông nội (ngoại)

far
cha

mor
mẹ

baby
trẻ con

datter
con gái

søn
con trai

gæst

khách

tante

cô (dì)

onkel

chú, bác (cậu)

bror

anh (em) trai

søster

chị (em) gái

krop

cơ thể

pande
trán
øje
mắt
skulder
vai
finger
ngón tay
ansigt
mặt
hage
cằm
hånd
bàn tay
ben
chân
bryst
ngực
arm
cánh tay

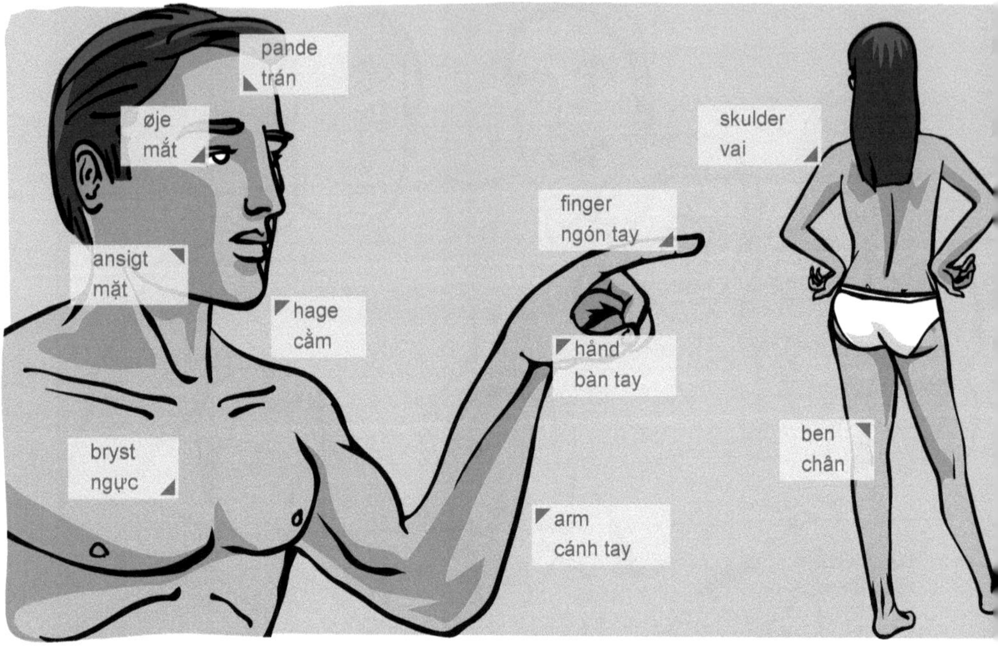

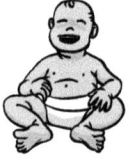

baby

trẻ con

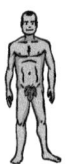

mand

đàn ông

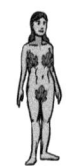

kvinde

phụ nữ

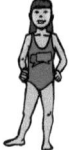

pige

bé gái

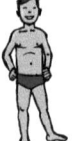

dreng

bé trai

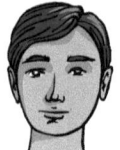

hoved

đầu

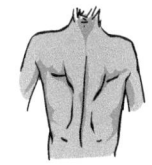

ryg

lưng

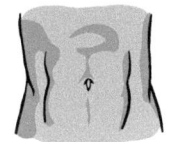

mave

bụng

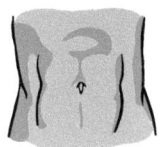

navle

rốn

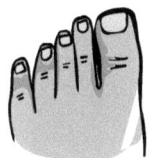

tå

ngón chân

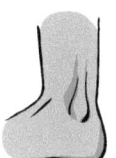

hæl

gót chân

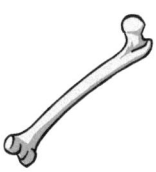

knogle

xương

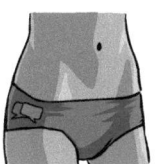

hofte

hông

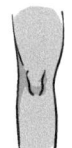

knæ

đầu gối

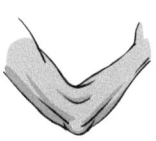

albue

khuỷu tay

næse

mũi

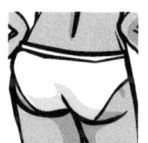

bagdel

mông

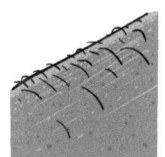

hud

da

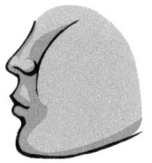

kind

má

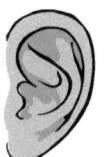

øre

tai

læbe

môi

krop - cơ thể

mund
....
miệng

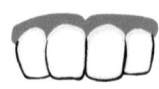

tand
....
răng

tunge
....
lưỡi

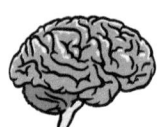

hjerne
....
não

hjerte
....
tim

muskel
....
cơ bắp

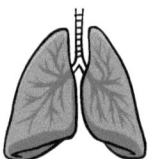

lunge
....
phổi

lever
....
gan

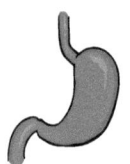

mavesæk
....
dạ dày

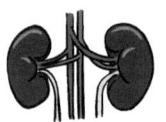

nyrer
....
thận

sex
....
giao hợp

kondom
....
bao cao su

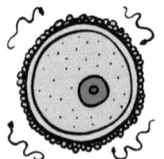

ægcelle
....
noãn

sperm
....
tinh dịch

svangerskab
....
mang thai

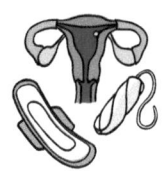

menstruation

kinh nguyệt

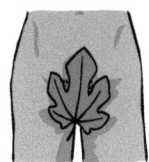

vagina

âm vật

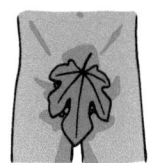

penis

dương vật

øjenbryn

lông mày

hår

tóc

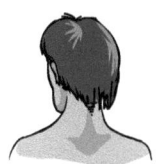

hals

cổ

sygehus
bệnh viện

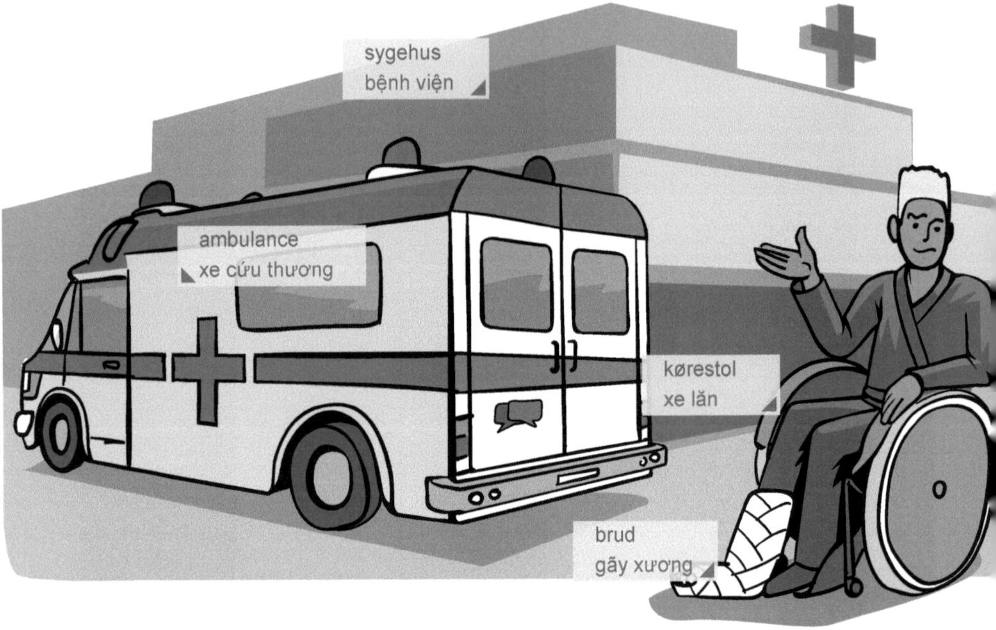

sygehus
bệnh viện
ambulance
xe cứu thương
kørestol
xe lăn
brud
gãy xương

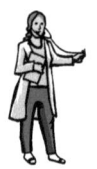

lægé

bác sĩ

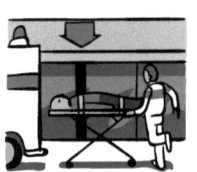

akutmodtagelse

phòng cấp cứu

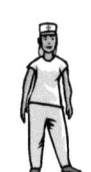

sygeplejerske

y tá

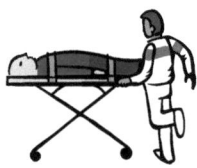

nødstilfælde

cấp cứu

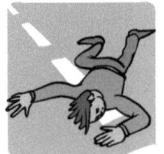

bevidstløs

bất tỉnh

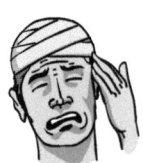

smerte

cơn đau

skade

bị thương

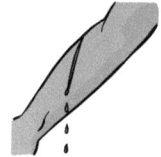

blødning

chảy máu

hjerteinfarkt

nhồi máu cơ tim

slagtilfælde

đột quỵ

allergi

dị ứng

hoste

ho

feber

sốt

influenza

cúm

diarré

tiêu chảy

hovedpine

đau đầu

kræft

ung thư

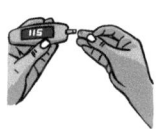

diabetes

bệnh tiểu đường

kirurg

bác sĩ phẫu thuật

skalpel

dao mổ

operation

giải phẫu

CT

chụp cắt lớp

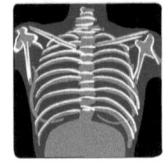

røntgen

chụp x-quang

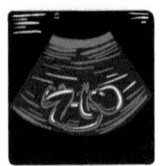

ultralyd

siêu âm

maske

mặt nạ

sygdom

bệnh

venteværelse

phòng đợi

krykke

cái nạng

plaster

băng dán vết thương

forbinding

băng bó

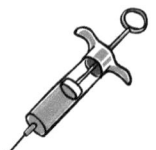

injektion

tiêm thuốc

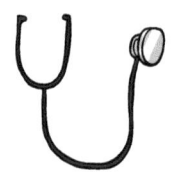

stetoskop

ống nghe khám bệnh

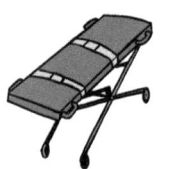

båre

băng ca

termometer

nhiệt kế

fødsel

sinh đẻ

overvægt

thừa cân

høreapparat

máy trợ thính

desinficerende middel

chất khử trùng

infektion

nhiễm trùng

virus

vi rút

HIV / AIDS

HIV / AIDS

medicin

thuốc

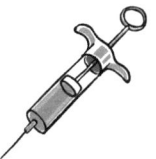

vaccination

tiêm chủng

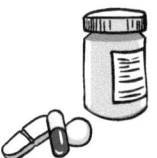

tabletter

thuốc viên

pille

viên thuốc

nødopkald

gọi cấp cứu

blodtryksmåler

máy đo huyết áp

syg / rask

bệnh / khỏe mạnh

Hjælp!

cứu!

alarm

báo động

overfald

cuộc đột kích

angreb

sự tấn công

fare

mối nguy hiểm

nødudgang

lối thoát hiểm

Det brænder!

cháy!

ildslukker

bình chữa cháy

uheld

tai nạn

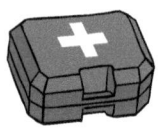

førstehjælps-kuffert

bộ dụng cụ sơ cứu

SOS

SOS

politi

cảnh sát

Europa

châu Âu

Nordamerika

Bắc Mỹ

Sydamerika

Nam Mỹ

Afrika

châu Phi

Asien

châu Á

Australien

châu Úc

Atlanterhavet

Đại Tây Dương

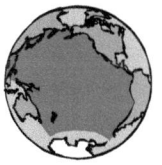

Stillehavet

Thái Bình Dương

Indiske Ocean

Ấn Độ Dương

Sydlige Ishav

Nam Cực Dương

Ishav

Bắc Băng Dương

Nordpol

bắc cực

Sydpol

nam cực

Antarktis

nam cực

Jorden

trái đất

land

đất liền

hav

biển

ø

đảo

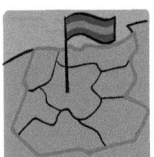

nation

quốc gia

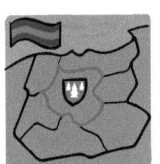

stat

nhà nước

urskive

mặt đồng hồ

timeviser

kim chỉ giờ

minutviser

kim chỉ phút

sekundviser

kim chỉ giây

Hvad er klokken?

Bây giờ là mấy giờ?

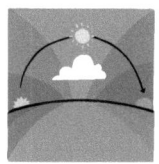

dag

ngày

tid

thời gian

nu

bây giờ

digitalur

đồng hồ điện tử

minut

phút

time

giờ

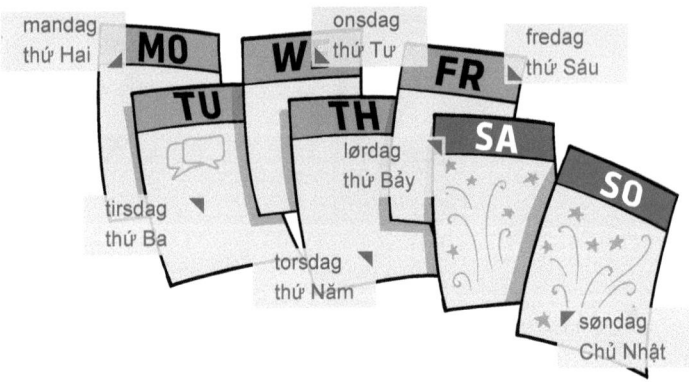

mandag — thứ Hai
tirsdag — thứ Ba
onsdag — thứ Tư
torsdag — thứ Năm
fredag — thứ Sáu
lørdag — thứ Bảy
søndag — Chủ Nhật

i går

hôm qua

i dag

hôm nay

i morgen

ngày mai

morgen

buổi sáng

middag

buổi trưa

aften

buổi tối

arbejdsdage

ngày làm việc

weekend

cuối tuần

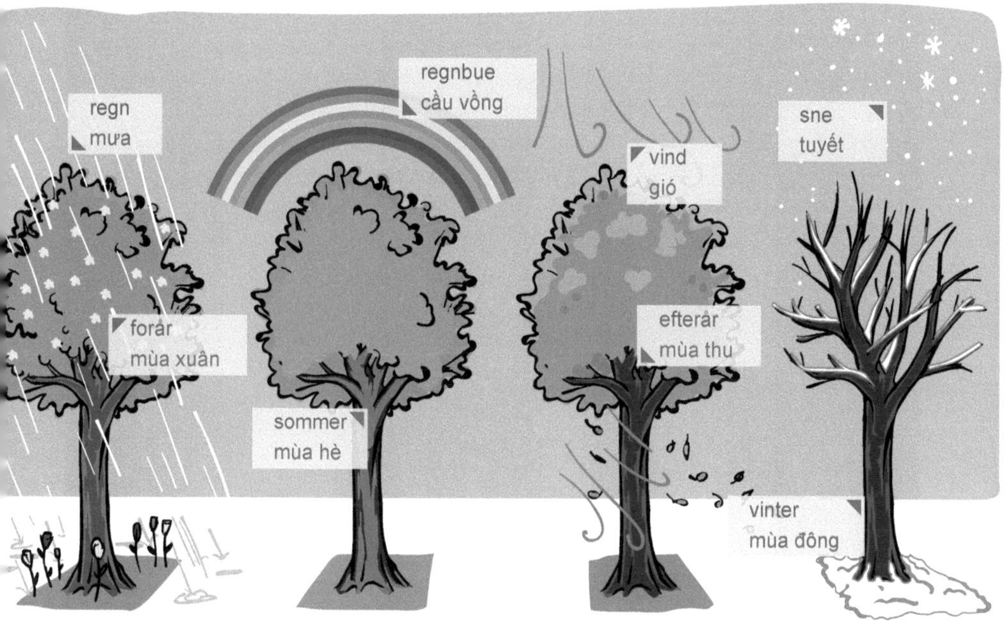

regn
mưa
regnbue
cầu vồng
sne
tuyết
vind
gió
forår
mùa xuân
efterår
mùa thu
sommer
mùa hè
vinter
mùa đông

4.APRIL 11°
5.APRIL 4°
6.APRIL 13°
7.APRIL 8°
8.APRIL 10°

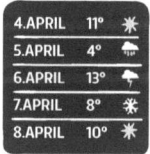

vejrudsigt

dự báo thời tiết

F
C
120
90
60
30
0
-30
40
30
20
10
0
-10
-20

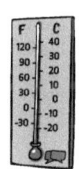

termometer

nhiệt kế

solskin

ánh nắng

sky

mây

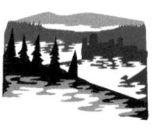

tåge

sương mù

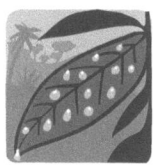

luftfugtighed

độ ẩm không khí

lyn

tia chớp

torden

sấm sét

storm

cơn bão

hagl

mưa đá

monsun

gió mùa

flod

lũ lụt

is

nước đá

januar

tháng Một

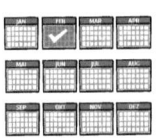

februar

tháng Hai

marts

tháng Ba

april

tháng Tư

maj

tháng Năm

juni

tháng Sáu

juli

tháng Bảy

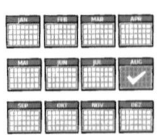

august

tháng Tám

september
....
tháng Chín

oktober
....
tháng Mười

november
....
tháng Mười Một

december
....
tháng Mười Hai

former
hình dạng

cirkel
....
hình tròn

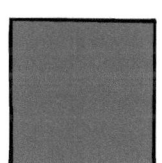

kvadrat
....
hình vuông

firkant
....
hình chữ nhật

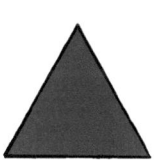

trekant
....
hình tam giác

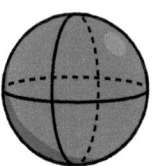

kugle
....
hình cầu

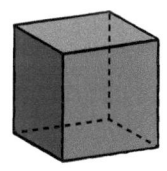

terning
....
khối vuông

hvid
....
màu trắng

gul
....
màu vàng

orange
....
màu cam

pink
....
màu hồng

rød
....
màu đỏ

lilla
....
màu tím

blå
....
màu xanh dương

grøn
....
màu xanh lá cây

brun
....
màu nâu

grå
....
màu xám

sort
....
màu đen

meget / lidt

nhiều / ít

rasende / fredelig

tức tối / điềm tĩnh

smuk / grim

xinh đẹp / xấu xí

begyndelse / slut

bắt đầu / kết thúc

stor / lille

to / nhỏ

lys / mørk

sáng / tối

bror / søster

h (em) trai / chị (em) gái

ren / snavset

sạch / bẩn

fuldkommen / ufuldkommen

đủ / thiếu

dag / nat

ngày / đêm

død / levende

chết / sống

bred / smal

rộng / chật hẹp

spiselig / uspiselig

ăn được / không ăn được

vred / venlig

ác / tử tế

ophidset / kedet

hào hứng / chán nản

tyk / tynd

béo / gầy

først / sidst

đầu tiên / cuối cùng

ven / fjende

bạn / thù

fuld / tom

đầy / rỗng

hård / blød

cứng / mềm

tung / let

nặng / nhẹ

sult / tørst

đói / khát

syg / rask

bệnh / khỏe mạnh

illegal / legal

bất hợp pháp / hợp pháp

intelligent / dum

thông minh / ngu

venstre / højre

trái / phải

nær / fjern

gần / xa

ny / brugt

mới / cũ

intet / noget

không có gì cả / có cái gì đó

gammel / ung

già / trẻ

tændt / slukket

bật / tắt

åben / lukket

mở / đóng

stille / højt

im lặng / ồn ào

rig / fattig

giàu / nghèo

rigtig / forkert

đúng / sai

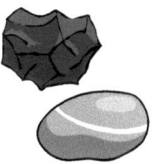

ru / glat

sần sùi / mịn màng

ked af det / lykkelig

buồn / vui

kort / lang

ngắn / dài

langsom / hurtig

chậm / nhanh

våd / tør

ẩm ướt / khô ráo

varm / kold

ấm áp / mát mẻ

krig / fred

chiến tranh / hòa bình

con số

0	**1**	**2**
nul	en	to
số không	một	hai
3	**4**	**5**
tre	fire	fem
ba	bốn	năm
6	**7**	**8**
seks	syv	otte
sáu	bảy	tám
9	**10**	**11**
ni	ti	elleve
chín	mười	mười một

12

tolv

mười hai

13

tretten

mười ba

14

fjorten

mười bốn

15

femten

mười lăm

16

seksten

mười sáu

17

sytten

mười bảy

18

atten

mười tám

19

nitten

mười chín

20

tyve

hai mươi

100

hundrede

một trăm

1.000

tusinde

một ngàn

1.000.000

million

một triệu

sprog

các ngôn ngữ

engelsk

tiếng Anh

amerikansk engelsk

tiếng Anh Mỹ

kinesisk mandarin

tiếng Quan Thoại

hindi

tiếng Hin-di

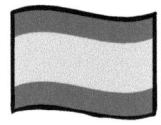

spansk

tiếng Tây Ban Nha

fransk

tiếng Pháp

arabisk

tiếng Ả-rập

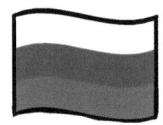

russisk

tiếng Nga

portugisisk

tiếng Bồ Đào Nha

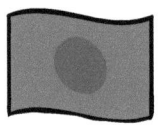

bengalsk

tiếng Bengal

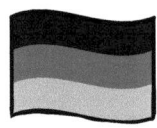

tysk

tiếng Đức

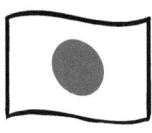

japansk

tiếng Nhật

jeg

tôi

du

bạn

han / hun / den / det

anh ta / cô ta / nó

vi

chúng tôi

I

các bạn

de

họ

hvem?

ai?

hvad?

cái gì?

hvordan?

như thế nào?

hvor?

ở đâu?

hvornár?

lúc nào?

navn

tên

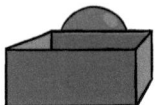

bag

phía sau

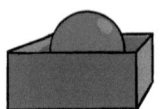

i

ở trong

foran

phía trước

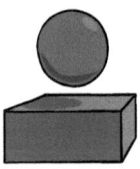

over

phía trên

på

ở trên

under

ở dưới

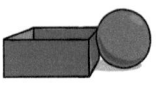

ved siden af

bên cạnh

imellem

ở giữa

sted

chỗ